പ്രണയത്തിന്റെ പാർപ്പുകൾ

Pranayathinte parppukal
(Poems)

D Yesudas

CHINTHA PUBLISHERS
Thiruvananthapuram

First Edition
October 2021

Typesetting
Star communications, Thiruvananthapuram

Published
Chinthapublishers, Thiruvanathapuram

Printed at
Time offset printers, Thiruvananthapuram

Cover Design
Vinod Mangoes

Illustration
Jijo Soman

ISBN : 978-93-87842-70-0

CO - 2691 / 4712

Email: chinthapublishers@gmail.com
Website: www.chinthapublishers.com

Distribution
DESHABHIMANI BOOKHOUSE
H O Thiruvananthapuram 695035

Branch
Head Office Kunnukuzhi • Statue Thiruvananthapuram •
KSRTC Bus Station Thiruvananthapuram
KSRTC Bus Station Alappuzha • KSRTC Bus Station Ernakulam •
Machingal Lane Thrissur • IG Road Kozhikode •
Mavoor Road Kozhikode • NGO Union Building Kannur •
Central Bus Terminal Complex Thavakkara Kannur

പ്രണയത്തിന്റെ പാർപ്പുകൾ

(കവിതകൾ)

ഡി യേശുദാസ്

ചിന്ത പബ്ലിഷേഴ്സ്
തിരുവനന്തപുരം-695 035

ഡി യേശുദാസ്

തിരുവനന്തപുരം ജില്ലയിൽ കാട്ടാക്കടയിലെ മണക്കാല സ്വദേശി. ഹയർസെക്കന്ററി വിഭാഗം മലയാളം അദ്ധ്യാപകനായി ജോലിചെയ്യുന്നു. *ബാക്കി, ഞാൻ വായിച്ചറിയാൻ, നിനക്ക്* എന്നീ കവിതാസമാഹാരങ്ങൾ പ്രസിദ്ധീകരിച്ചിട്ടുണ്ട്. ഫെയ്സ് ബുക്കിലും ആനുകാലികങ്ങളിലും കവിതയോടൊപ്പം നിരൂപണങ്ങളും എഴുതുന്നു. കായിക്കര കുമാരനാശാൻ സ്മാരക ബി സി വി കവിതാപുരസ്കാരം, യുവകവി പുരസ്കാരം (2017) എന്നിവ ലഭിച്ചു.

E-mail : manakkala.yesudas@gmail.com

Mob : 9446458166

ഉള്ളടക്കം

പ്രസാധകക്കുറിപ്പ്

ഡി യേശുദാസിന്റെ പ്രണയകവിതകളുടെ സമാഹാരം. സ്നേഹിച്ചുകൊണ്ടേയിരിക്കുമ്പോൾ വെറുപ്പിന്റെ, വെറുത്തു കൊണ്ടേയിരിക്കുമ്പോൾ സ്നേഹത്തിന്റെ ഉള്ളടക്കം എങ്ങനെ വരുന്നു എന്ന ചോദ്യം ഈ കവിതകളെ സാമ്പ്രദായിക പ്രണയപുസ്തകങ്ങളിൽനിന്ന് വേറിട്ടതാക്കുന്നു. ദാർശനികതയുടെയും സൗന്ദര്യത്തിന്റെയും അനുഭവങ്ങൾ നല്കുന്ന പ്രണയകവിതകളുടെ സവിശേഷ സമാഹാരം.

ചിന്ത പബ്ലിഷേഴ്സ്

കവിതയ്ക്കായുള്ള കൂട്ടിരിപ്പിന്

ആമുഖം

ഇതു കുറെ പ്രണയകവിതകളാണ്. പരസ്പരവിരുദ്ധമായ അനുഭവങ്ങൾ ഇവിടെ കടന്നുവരുന്നു. സ്നേഹവും ഹിംസയും ഒരേസമയം ഇതിൽ അന്തർല്ലീനമായിരിക്കുന്നു. സ്നേഹിച്ചുകൊണ്ടേയിരിക്കുമ്പോൾ വെറുപ്പിന്റെ, വെറുത്തുകൊണ്ടേയിരിക്കുമ്പോൾ സ്നേഹത്തിന്റെ ഉള്ളടക്കം എങ്ങനെ കടന്നുവരുന്നുവെന്നൊരു പിടിയുമില്ല. പ്രണയം ചിലപ്പോൾ ഒരു വ്യക്തിയോടുപോലുമുള്ളതല്ല. മടുപ്പിന്റെ ഒടുങ്ങാത്ത ഉളുമ്പുനാറ്റത്തിൽ നിന്നൊരു മോചനത്തിന്റെ ദാഹമാവാം അതിൽ നിറയുന്നത്. ഇത് ഒരു വ്യക്തിയെ ആന്തരികമായി അലയാൻ വിധിക്കുന്നു. തന്നെത്തന്നെ അതു പലരിലും തിരയുന്നുണ്ടാവാം. എന്നാൽ, അതൊരിക്കലും സഫലമാവുന്നില്ല. ആ പ്രണയദാഹം ഒരാളെ പാട്ടുകെട്ടിക്കുന്നു. ആ പാട്ട് സ്വപ്നങ്ങളെ യാഥാർത്ഥ്യമാക്കി ഭാവന ചെയ്യുന്നു. അതിൽ ചില ചിരികൾ വസന്തം തീർക്കുന്നു. ചില ഗന്ധങ്ങൾ മദിപ്പിക്കുന്നു. ചില വാക്കുകൾ പ്രതീക്ഷയാകുന്നു. കാത്തിരിപ്പുകൾ ഉണ്ടാവുകയും ഉന്മാദങ്ങൾ പിറക്കുകയും ചെയ്യുന്നു. മിക്കപ്പോഴും അതൊന്നും പരിധിയില്ലാത്ത പ്രണയത്തിന്റെ വാഗ്ദാനം പോലുമാവുന്നില്ല. നിസ്സഹായതയും നിരാശയും ആത്മനിന്ദയും ജീവിതത്തെ പിടിച്ചുലയ്ക്കുന്നു. സംഘർഷം മിച്ചം കിട്ടാത്ത ജീവിതത്തെ പ്രവചിക്കുന്നു. മടുപ്പ് കുമിഞ്ഞുകൂടുന്നു, പിന്നെയും. ഈ മടുപ്പ് വ്യവസ്ഥയോടുള്ളതാകാം. അതിൽ സർഗ്ഗാത്മകതയ്ക്കിടമില്ലാത്ത ഭീകരകാലാവസ്ഥയോടുള്ള കലാപം സന്നിഹിതമാണ്. വിറളിപിടിച്ച വ്യവസ്ഥയെ അത് ചോദ്യംചെയ്യുന്നു. അങ്ങനെ അതിനൊരു രാഷ്ട്രീയമാനം കൈവരുന്നു. പ്രണയം അതിന്റെ വൈരുദ്ധ്യങ്ങളിൽനിന്ന് സർഗ്ഗാത്മകതയുടെ പതാക വഹിക്കുന്നു. പ്രണയം ആഘോഷിക്കപ്പെടേണ്ടത് ഒരനിവാര്യതയായിത്തീരുന്നു.

ഡി യേശുദാസ്

മറവി

ഇവിടെ വന്നതെന്തിനാണെന്നു മറന്നല്ലോ
എത്ര നിസ്സാരമായ വാക്കുകൾ
മനുഷ്യന്റെയത്രയും പഴക്കമുള്ളവ.

സമാഗമം

വേനലെത്ര നടന്നു
ജലാശയമേ
നിന്നിലേക്കെത്തുവാൻ.

ശേഷം

കറങ്ങിത്തിരിഞ്ഞൊടുവിൽ
നിന്നിൽത്തന്നെ വന്നുവീഴുന്നു.

ഉയിർപ്പ്

ഞാൻ
ചുട്ടുപൊള്ളിക്കിടക്കും മണ്ണ്,
വീഴ്ത്തുക വെള്ളം
കിളയ്ക്കുക മെല്ലെ
വിതയ്ക്കുക നിന്നെ.

നിറവ്

നീ ജനിക്കയാൽ മണ്ണിന്
മറ്റൊരു പൂക്കാലമായിരിക്കുന്നു
എല്ലാ ഋതുക്കളും കൊണ്ടതിനു
നിന്റെ ഉടലാകെ നിറയണമെന്നുണ്ട്,
എനിക്കും.

മറ്റൊന്നുമില്ല
നിന്നെ എന്നപോലെ
ശരീരം കോൾമയിർക്കൊണ്ടു സ്വീകരിക്കുന്നതായ്.

മാറ്റം

പ്രണയിക്കുമ്പോൾ
ശരീരം
ആത്മാവിന്റെ പൂന്തോട്ടമാകുന്നു,
തേനും നിറച്ച്.

ആകസ്മികം

ഉം എന്നും
അ എന്നും
ഉരുവിടുമ്പോൾ ശ്രദ്ധിക്കണം
അറിയില്ല നമ്മൾ,
പെട്ടെന്നവ
ഉമ്മ
എന്നൊന്നു ചേരും.

ഡി യേശുദാസ്

പിന്നെപ്പിന്നെ

പിന്നെപ്പിന്നെ
വിളിച്ചതാരാണെന്ന്
പറഞ്ഞതെന്താണെന്ന്
എപ്പോഴാണ് തൊട്ടത്
ഉമ്മ വച്ചത്
കെട്ടിപ്പിടിച്ചത്!
മറന്നുപോകുന്നു
അത്രമേലുള്ള ഇഷ്ടങ്ങൾ.

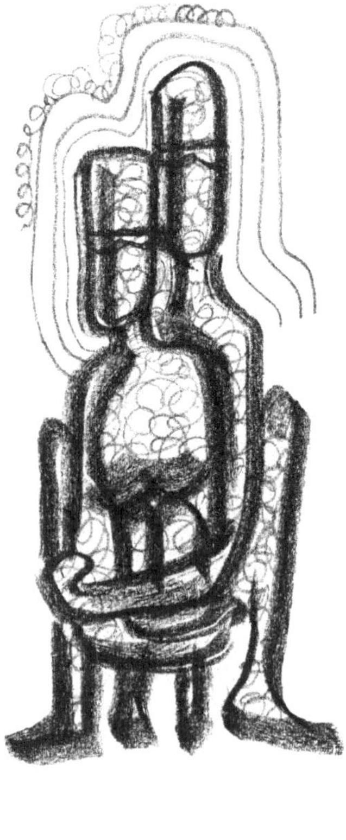

അപരിമേയം

രോമാഞ്ചമാഗ്രഹിക്കുമ്പോൾ
എത്ര യുഗങ്ങൾ എത്ര ജന്മങ്ങൾ
ജീവിച്ചുതീർത്തതാണീ ഭൂമി
എന്നോർക്കും ഞാൻ
നിന്നെയെന്നപോലെ.
അപ്പോൾ പൂക്കുംപോലെ തോന്നും.

ലയം

നിന്നിൽ
അഗാധമായിരിക്കുന്നതാണ്
എനിക്കിഷ്ടം.
ചുണ്ടിലെ ഈറൻ ചൂട്
കഴുത്തിലെ വെയിൽ ചായങ്ങൾ
വിയർപ്പിലെ താഴംപൂ വാസന
നിശ്വാസത്തിലെ രതിരഹസ്യം
മുലക്കണ്ണുകളുടെ തൊട്ടിരിപ്പ്
വിസ്മൃതിയുടെ ഹിമവീട്
തീ കായുന്ന മനസ്സ്

പതിച്ചെടുക്കുക ജീവനെ
ഞാനുണ്ടെന്നുപോലും
അറിയാതാകുന്ന
ആദിമാശ്ലേഷമേ.

പറയാനാകാത്തത്

ജീർണ്ണിച്ച രുചി
കെട്ട കാഴ്ച
പൊട്ട വാക്ക്
വരണ്ട സ്പർശം
ഏതിനും ഹൃദ്യത തോന്നിച്ചിരിപ്പാണ് നീ-
കള്ളമാകാത്തൊരത്ഭുതം.

ഡി യേശുദാസ്

ശത്രുക്കൾ

പ്രണയികളുടെ പാർക്കിലൂടെ
അസൂയയും അസഹിഷ്ണുതയും
അസ്തമയത്തോടൊപ്പം
മലക്കം മറിഞ്ഞു പോകുന്നു
നാളെ ആരുദിക്കുമെന്നു തർക്കിക്കേണ്ടതില്ല.
രണ്ടും വരും.
അവറ്റയ്ക്ക്
അന്യരുടെ ചോരയോടാണഭിനിവേശം.

താക്കീത്

പ്രണയം ഒറ്റയ്ക്കൊരു ലോകമാണ്
അവിടേക്കാരും എത്തിനോക്കേണ്ടതില്ല.

തുടിപ്പ്

ദൂരെനിന്നും പറന്നു വരുന്ന കിളി
മെല്ലെ വീശിയെത്തുന്ന കാറ്റ്
നിദ്രയിൽ നെറ്റിമേലമരുന്ന കൈത്തലം
ഏതോ യാത്രയിൽ എത്തേണ്ടിടം
ഉള്ളിലാകെയുമലയുമൊരു വാസന
മറ്റൊരനുഭൂതിയായുണ്ട് നീയെപ്പോഴും.

വ്യതിയാനം

ചില നേരങ്ങളിൽ പ്രണയം
ആത്മാരാധനയുടെ ഭക്ഷണം
ജീവിതം കൊണ്ടഭിവാദ്യം ചെയ്കിലും.

ത്യാഗം

അവളെ
കണ്ടു
മോഹിച്ചു
പ്രണയിച്ചു
പരിണയിച്ചു
അടുക്കളയിൽ
ഉപേക്ഷിച്ചിരിക്കുന്നു.

വികർഷം

എന്റെ സ്വപ്നം നിന്റെ പക്കൽ
നിന്റെ സ്വപ്നം എന്റെ പക്കൽ
ഭദ്രമായിരുന്നെങ്കിലെന്നു മോഹിച്ച
ഓരോ പകലും രാവും
വ്യർത്ഥമായിത്തന്നെ കടന്നുപോയി.

അടുപ്പം

നാം എല്ലാം പറയുന്നുണ്ടല്ലോ.
എങ്കിലും
എനിക്കു സൗകര്യമുള്ളതു ഞാനും
നിനക്കു സൗകര്യമുള്ളതു നീയും
തിടുക്കപ്പെട്ടു മനസ്സിലാക്കുന്നു.
അങ്ങനെയാണ് ഭൂകമ്പങ്ങളൊക്കെയുണ്ടായത്.

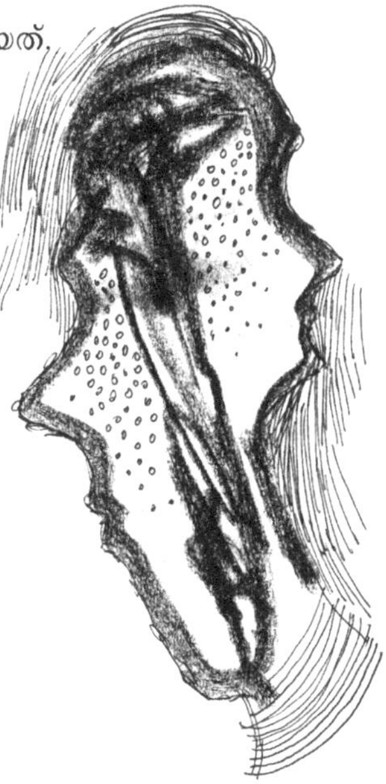

അഴിമുഖം

ഇതുവരെ ഉണ്ടായിരുന്ന നീയും ഞാനും
ഇപ്പോൾ ഇല്ലാതായതോടെ
അനാഥമായൊരു ചുംബനം
സന്ധ്യക്കിരുന്നു കരഞ്ഞ കണ്ണീരാണ്
ഈ കടൽ.

പെട്ടുപോകൽ

നീ ആഴം നോക്കിയ കിണർ
ഞാൻ തന്നെയായിരുന്നു.
അവിടെ നീ കണ്ട സിംഹം
നീ തന്നെയായിരുന്നു.
എന്നിട്ടും
നിനക്കതിനെ പിടിക്കാനായിട്ടുണ്ടാവില്ല.
എന്നിൽ പെട്ടുപോയവളേ,
അത്രയ്ക്കുണ്ട് നിരാശ നിന്റെ മുഖത്ത്!

സാദ്ധ്യത

ഒരബോധവിസ്മൃതിയിൽ
ഒരു കൊലപാതക വാസന
നിന്നിൽ പൊട്ടിയൊലിച്ചാൽ
ഏതാൾക്കൂട്ടത്തിൽനിന്നും
എന്നെമാത്രം തിരഞ്ഞുപിടിച്ച്
ചോരകൊണ്ടു മായ്ച്ചു കളഞ്ഞേക്കാമെന്ന്
മുരണ്ടിരിപ്പാണ് ഒരു ഭയം.

പിടച്ചിൽ

എത്ര ചികഞ്ഞാലും കുറ്റം തെളിയിക്കാനാകാതെ
ചോരക്കറപുരണ്ട മനസ്സിന്റെ സൈബർ സ്ഥലിയിലൂടെ
പാപത്തിന്റെ പുണ്യഗന്ധം മുറ്റിയ ഇടനാഴിയിലൂടെ
ഒരു ത്വഗ്രോഗിയുടെ അപകർഷതയോടെ
തിടുക്കപ്പെട്ടലയുകയാണ്
വിചാരണത്തടവുകാരെപ്പോലെ
പ്രണയത്താൽ ഒറ്റുകൊടുക്കപ്പെട്ട വേദനകൾ.

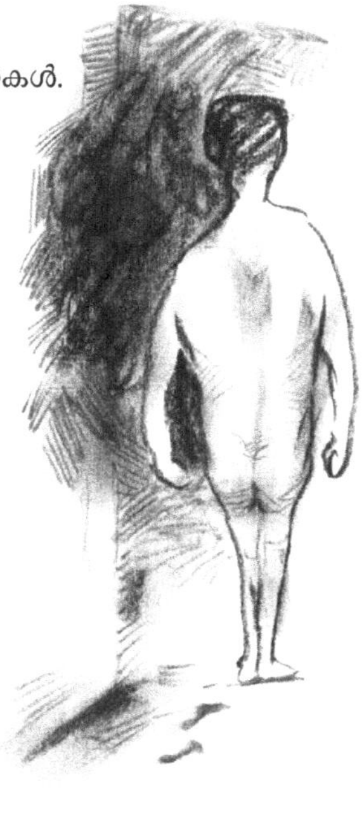

നേട്ടം

എന്റെ നേട്ടങ്ങളെല്ലാം നിന്നോടു പറഞ്ഞു
നീ പരിഹസിച്ചതേയുള്ളൂ
കുത്തു വാക്കു കരുതിയതേയുള്ളൂ
കീറിയെറിഞ്ഞതേയുള്ളൂ.
എന്നിട്ടും ഞാനെടുത്തണിഞ്ഞു;
എനിക്കൊരു ശത്രുവിനെ വേണമായിരുന്നു.

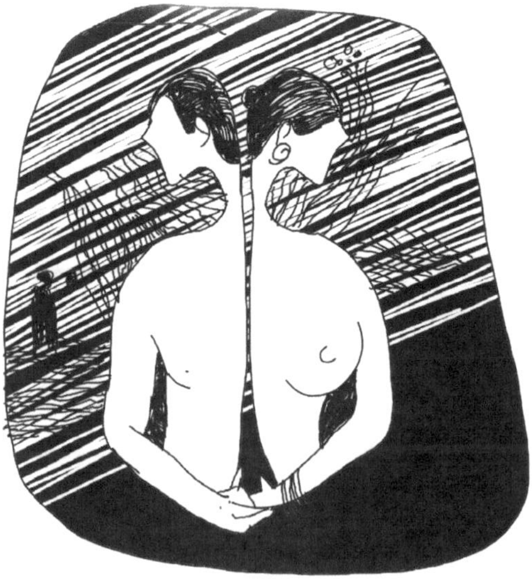

കുരുക്ക്

പ്രണയം യുദ്ധമാണ്, യുദ്ധം.
ജയിച്ചാലും വിടില്ല,
തോറ്റാലും വിടില്ല.

പരുക്കൻ

പരിക്കു പറ്റിയോൻ

ഡി യേശുദാസ്

കഴമ്പ്

ചെളി വാരിയെറിയുന്നുവെന്ന്
പരാതി പറയുന്നതെന്തിന്
അഴുക്കു ചാലിലെറിഞ്ഞിട്ട്.

വിന

പ്രണയമേ
പിടിവിട്ടുപോയ വേഗതയ്ക്കുള്ളിൽപ്പെട്ട്
നാം പൊയ്ക്കൊണ്ടേയിരിക്കുമ്പോൾ
'നിന്റെ കയങ്ങളിൽനിന്ന്
ജീവനോടെ കിട്ടുമോ എന്നെ'
എന്നൊരമ്പരന്ധാളിപ്പ്
ഏകാന്തതയുടെ ഏതോ കോശങ്ങളിൽ
മുഴങ്ങാറില്ലേ, ചിലപ്പോൾ.

പാരസ്പര്യം

ഞാൻ കാരണം നിനക്കുണ്ടായ സ്നേഹം
എന്നിലേക്കു കുത്തിയൊഴുകിയാണ്
എനിക്കു നില തെറ്റിയത്.

ഞാൻ കാരണം നിനക്കുണ്ടായ കോപം
എന്നിലേക്ക് പൊട്ടിത്തെറിച്ചാണ്
ഞാൻ ഉരുകിപ്പോയതും.

ഒന്ന് രണ്ട് മൂന്ന്

ഒന്നാം താളിൽ നല്ല പരിചയം
ഏതു നൂറ്റാണ്ടിലാവും കണ്ടിരിക്കുക!

രണ്ടാം താളിൽ നല്ല അടുപ്പം
ഏതു നൂറ്റാണ്ടിലാവും പരിണയം!

മൂന്നാം താളിൽ മുരൾച്ചകൾ
എപ്പോഴാവും കൊലപാതകം!!

ഡി യേശുദാസ്

ഉടൽപാതാളം

നിന്റെ ഉടലിലേക്കു പാളം തെറ്റിയ
എന്റെ വാക്കുകളിൽനിന്നും
തുടച്ചിട്ടും തുടച്ചിട്ടും ചോര മാറുന്നില്ല
വിളിച്ചിട്ടും വിളിച്ചിട്ടും നീ ഉണരുന്നുമില്ല.

അപായം

ചിലപ്പോഴെങ്കിലും ഒരു കൊലപാതകിയാണത്.
ചോദിച്ചു നോക്കൂ,
റെയിൽപാതയോട്
മരക്കൊമ്പിനോട്
വഴിക്കൊക്കയോട്
സാരിക്കുരുക്കിനോട്
മൂക്കും കാതും സ്രവിച്ചു
ഭിത്തിയിൽ പറ്റിക്കറുത്ത ചോരയോട്
ഉറക്കുമരുന്നിനോട്
ഏകാന്തതയോട്

ചതിയനെപ്പോലെ കടന്നുവന്ന്
ഒരുന്തു വച്ചുകൊടുക്കും
മരണത്തിലേക്ക്,
പ്രണയവും.

ഇത്രമാത്രം

നിന്നെ ഞാൻ കൊന്നു
നിൻ സങ്കടങ്ങളെ തിന്നു

ഛർദ്ദിയൊന്നും തോന്നിയില്ല
കുറ്റബോധവുമാളിയില്ല
കിനാവിലില്ലാ പിടച്ചിലും
വരിയിലില്ലതിൻ ധ്വനികളും

നിന്നെ ഞാൻ കൊന്നു
നിൻ സങ്കടങ്ങളെ തിന്നു.

ക്രൈം

ഈ മനസ്സുണ്ടല്ലോ
എത്രതവണ വധശ്രമം നടത്തിയതാണെന്നോ
ഇണയ്ക്കു നേരെ?
എന്നിട്ടും തുടരുന്നതു കണ്ടില്ലേ
പ്രണയത്തിന്റെ പാർപ്പുകൾ,
വാഴ്ത്തുകൾ!

സ്നേഹം

പോരാടാതെ കിട്ടുമായിരുന്നില്ല
പോരാട്ടത്തിനൊടുവിൽ
നഷ്ടമാവുകയും ചെയ്തു.

അകലം

മരിച്ചുകഴിഞ്ഞ നക്ഷത്രത്തിൽനിന്നും
ഇനിയുമെത്തിച്ചേരാത്ത വെളിച്ചമേ
നിന്നെയാരു തിരിച്ചറിയാൻ
പ്രണയമെന്നു വിളിക്കാൻ.

ആഴം

ആട്ടിയോടിച്ചിട്ടും
ഉള്ളിലലയുന്നു
ഏതോ ഭയംതൊട്ട കാറ്റ്.

നിസ്സഹായത

എരിഞ്ഞു കൊണ്ടേയിരിക്കുന്നു
കൂട്ടുകാരാ
എങ്ങനെ താങ്ങുമീയുയിരിന്റെ
പുൽനാമ്പിനെ.

വിപരീതം

പ്രിയം തന്നെ വെളിച്ചം.
എങ്കിലും
ചില്ലിലെടുത്തു നീ
കണ്ണിലേക്കടിച്ചതോടെ
ഞാൻ അന്ധനായിരിക്കുന്നു.

തകർച്ച

മരിച്ചതുപോലെ
പുറത്തു നില്ക്കുന്നു
ഞാൻ...

വേർപാട്

അറ്റുവീഴുകയാവാം നമ്മ-
ളൊന്നായൊരുടലിൽനിന്നും.
കൊഴിഞ്ഞു പോവുകയാവാം
നാം മാത്രമായ പൂക്കാലവും വിട്ട്
മറന്നു പോവുകയാവാം.
അനുഭൂതികളിൽനിന്നു ചിതറി
വലിച്ചെറിയുകയാവാം
നമ്മെത്തന്നെയനാഥരായ്.
ഇറുന്നു വീണതാവാം
നമ്മെയുള്ളിൽ പതിപ്പിച്ച കണ്ണുകൾ.
കാത്തുനില്ക്കുകയാവാം
നാമദൃശ്യരായ് പോകും
നഗരത്തിലെവിടെയോ.
വറ്റിപ്പോയതാകാം
നമ്മെ ബന്ധിച്ച രക്തധാരകൾ.
പിരിഞ്ഞു പോവുകയാവാം
മരണമായോമലേയിപ്പോൾ.
ഇല്ലില്ലൊരുപക്ഷേ, നാം
നമ്മിൽ വീണത്രയ്-
ക്കഗാധമായ്ത്തീർന്നതാവാം.

ഡി യേശുദാസ്

പ്രണയം

കണ്ണീരിനാൽ കഴുകി
മുറിവുകൾ തുടച്ചു വയ്ക്കുന്നു
തന്നെത്തന്നെ ചൂണ്ടയിട്ടും
സ്വയം പൊരുതിത്തോറ്റും.

കണ്ണാടി

എങ്ങനെ കാണപ്പെടുന്നു ഞാനെന്നു
നീ പറഞ്ഞാണറിഞ്ഞു,
നിരാർദ്രം.
അപ്പോൾ മുതൽക്കെന്റെയുള്ളിൽനിന്നും
ആരോ നാടുനീങ്ങിയ ശൂന്യത.

നീ

തങ്ങി നില്ക്കുന്നല്ലോ നിൻ വെളിച്ചം
വിട്ടുപോകാത്ത മണം കണക്കെ.
സ്വപ്നം അടുത്തിരിപ്പുണ്ടു നിന്നെ
എന്നിൽ തളിർപ്പിച്ചുറക്കവും പോയ്
കൈവിട്ടു പോവുകയാണു നിന്റെ
വാക്കിൻകറുപ്പു തിന്നെന്റെ ബോധം,
എങ്ങോ പിണങ്ങി മറഞ്ഞിരിക്കും
പ്രാണനെത്തേടുമലച്ചിൽ പോലെ.
കൂട്ടാതെ പോകയില്ലെന്നു തന്നെ
നിൻവിളിയുന്മത്തം മൃത്യുപോലെ.
ചോരയിലീ ദുഃഖകാന്തിയില്ലാ–
തെങ്ങനെ ചങ്കിൽ മിടിപ്പിരിക്കും?

ഡി യേശുദാസ്

അന്വേഷണം

സ്വർണ്ണാഭരണങ്ങളിട്ട വാക്കുകൾ
ശീലങ്ങൾ, പെരുമാറ്റങ്ങൾ
ഒറ്റുകൊടുക്കുന്നതിനു മുൻപ്
കല്ലുമാലയിട്ട വാക്കുകളായിരുന്നു
നമ്മെ പാട്ടുകളിൽ ഒഴുക്കി വിട്ടത്.
നീ നീയും
ഞാൻ ഞാനുമായി
ഉറച്ചു കഴിഞ്ഞതോടെ
ഏതു വാക്കതു പോയോ പിന്നെ!
ഇനിയതിനെത്തേടിപ്പിടിച്ചുവയ്ക്കണം,
ജീവനിൽ.

ഏകാന്തതയിൽ

നോക്കിനോക്കിയിരിക്കുമ്പോൾ
വെയിൽ വീണ മണ്ണിലോ
പൂവിലോ പൂമ്പാറ്റച്ചിറകിലോ
വഴിയിലോ മഴയിറ്റും മുറ്റത്തോ
നോക്കിനോക്കിയിരിക്കുമ്പോൾ
മുൻപേതോ കാലത്തിലെ
ഓർമ്മയല്ലേ ഞാനെന്നു തോന്നും.
പണ്ടുകണ്ട കിനാവേതോ
നിസ്സംഗമായ് മുന്നിൽപ്പെട്ടതുപോലെ.
പ്രിയമേ,
നീയുണ്ടായിരുന്നിട്ട്
ഇപ്പോഴില്ലാത്തതു പോലെയും.

ഡി യേശുദാസ്

വെയിലോരം

നിന്നൊടൊത്തിരുന്ന്
ചാറ്റൽമഴ കഴിഞ്ഞ
ഉച്ചനേരം പോലൊന്നെഴുതണം
എന്നിട്ട്, പറത്തിവിടണം മനസ്സിനെ
വെയിലിന്റെ രഹസ്യങ്ങളിലേക്ക്.

കിട്ടാതിരിക്കുമോ,
കാക്കത്തൊള്ളായിരം കാര്യങ്ങളിലേക്ക്
കുത്തഴിഞ്ഞുപോയ കണ്ണീരിന്റെ
മഴവിൽപ്പതിപ്പിനെ?

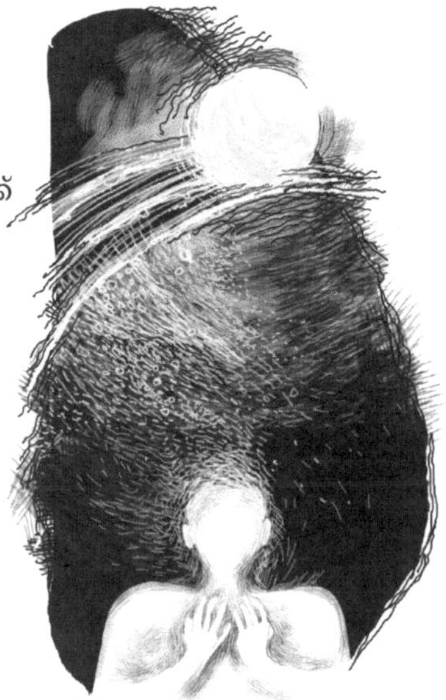

സ്വന്തം

പ്രിയേ,
എത്രകാലം കഴിഞ്ഞിരിക്കുന്നു.
ഇപ്പോൾ നീ ഓർത്തേക്കാവുന്ന എന്റെ മുഖം
എത്രമാത്രം തീവ്രവും വ്യക്തവുമായിരിക്കും?
നിന്നെ വാട്ടിപ്പിഴിഞ്ഞ തീയും ചൂടും
ഇപ്പോൾ എന്റെ മുഖത്തേക്കും
നീ പാർന്നിരിക്കും.
ഇന്നു നീ പരതിപ്പിടിച്ച എന്റെ മുഖവും
ഞാൻ ചുമന്നുകൊണ്ടിരിക്കുന്ന എന്റെ മുഖവും
എന്തു മാത്രം വേറെയായിരിക്കും, അല്ലേ
ഞാനോർക്കുന്ന നിന്റെ മുഖവും?
ഇങ്ങനെ നമ്മിൽനിന്ന്
നാമെത്ര മാറിയിരിക്കുമെങ്കിലും
യുദ്ധവും പ്രണയവും
നമ്മെ വിട്ടൊഴിയുന്നില്ലല്ലോ.

തുടർച്ചകൾ

ഓർമ്മയുടെ ഊടുവഴിയിലൂടൊരു
കറുത്ത കുട്ടി വിളയാടി വരുന്നു
നിന്റെ വീട്ടിലേക്കിപ്പൊഴും!

അവനെത്തേടിയിറങ്ങുന്നുണ്ട്.
വീർപ്പുമുട്ടിനിന്നൊരു കളിമുല്ല
ഒരു രഹസ്യനിലാവുപോലെ.

നിഴലുകൾ

നഷ്ടപ്പെടും
ഈ സന്ധ്യകൾ, പ്രഭാതങ്ങൾ
നമ്മുടെ എണ്ണമറ്റ കൗതുകങ്ങൾ.

അതിനെ മരണമെന്നു വിളിക്കും
കാലവും പേരുമെഴുതി വിരാമമിടും.

എങ്കിലും
അതിൽ അടക്കം ചെയ്ത
നാം പെട്ടുപോയ
അളക്കാനാവാത്ത നിശ്ശബ്ദതകളെ
പ്രിയപ്പെട്ട ദുരന്തങ്ങളെ
സന്ധ്യക്കും പുലരിക്കും
ഒരു കാറ്റു വന്നു വായിക്കും
നമ്മുടെ അഭിനിവേശങ്ങളുടെ
നശിച്ചുപോകാത്ത സംഗീതം
കേൾക്കും.

അനന്തം

ഒളിച്ചിരുന്നു കെട്ടിപ്പിടിച്ച്
ഉമ്മ വച്ചു വിസ്മയിപ്പിച്ച കാറ്റാണ്
കുറ്റവാളിയെപ്പോലെ
തേങ്ങിയിറങ്ങിപ്പോയ
കറുത്ത നിലാവ്
അന്നു പൂത്ത പൂക്കളാണ്
താങ്ങാനാകാത്ത ദുഃഖങ്ങളിൽപ്പെട്ടു കലങ്ങി
ചെമ്മാനമായി തൂവിപ്പോയത്.

ഒറ്റയ്ക്കിരിക്കുമ്പോൾ
കടൽക്കരയിൽ
ഉള്ളിലേക്കു പറ്റിക്കയറും ആ വേദന
അനുവാദമില്ലാതെ.

ഇല്ലാതായത്

സഞ്ചാരികളായിരുന്നപ്പോൾ
നമുക്കു ചിറകുകളുണ്ടായിരുന്നു.
സ്വപ്നത്തിൽനിന്നു വന്ന വാക്കുകൾ
വിശപ്പുകളെ
അപ്പവും വീഞ്ഞുമാക്കി.
അഴകുകളാൽ ഉന്മാദികളായി.

പരസ്പരം നാം
സഞ്ചരിച്ചുകൊണ്ടേയിരുന്നപ്പോൾ.

നഗരകാലം

നഗരത്തിന്, ചിലപ്പോൾ
പ്രണയത്തിന്റെ പേരാകുന്നു
നമ്മുടെ നിഴൽ വരച്ചുവരച്ച്
സൂര്യൻ പരാജയപ്പെട്ടിരിക്കുന്നു.
നമ്മെ തണുപ്പിച്ചു രസം പിടിച്ച മഞ്ഞുകാലസന്ധ്യ
ഇപ്പോഴും നമ്മെ തിരിച്ചറിയുന്ന തിരക്ക്
ഒരു ഗ്രാമത്തെയെന്നപോലെ പ്രണയത്തെ വാരിച്ചൂടി
കുസൃതിപിടിച്ച് നമ്മോടൊപ്പം അലഞ്ഞ നഗരം
പിരിയാൻ വയ്യാതെ വിവശയായി നിന്ന നിലാവ്
പ്രണയത്തിനു ചിലപ്പോൾ
നഗരത്തിന്റെ പേരാകും
നമ്മുടെ ജീവിതത്തെ
അത്രമേൽ ദാരുണമാക്കിയതിനാലും.

കാണെക്കാണെ

യാത്രയിൽ
പിന്നെയും പിന്നെയും കുന്നുകൾ
ധ്വനിച്ചുധ്വനിച്ച്
അർത്ഥപരമ്പരപോലെ
ചുഴങ്ങിക്കറങ്ങി
മുൻപിലും പിൻപിലും
നിന്റെ ഓർമ്മകൾപോലെ.

കാടകം

നിന്നോടൊപ്പം
കാട്ടിലേക്കു പോകുമ്പോൾ
മലമുഴക്കി വരവറിയിക്കുന്നു.
കാറ്റു വന്നെതിരേല്ക്കുന്നു.
ഒഴുക്കിലിറങ്ങുമ്പോൾ
നദിക്കു മക്കളെ കിട്ടിയ മാതിരി.
കാത്തിരുന്നപോലെ
തോളത്തെടുക്കുന്നു, പാറകൾ.
അകത്തോ പുറത്തോ ചിറകടികൾ.
പരിചിതരെന്ന്
യുഗങ്ങളായ് അഭിന്നരെന്ന്
കരിയിലത്താളങ്ങൾ.
കാടിനറിയാം നാം
ആഹ്ലാദത്തിന്റെ തിരകളാണെന്ന്.

ഉടൽവിനിമയങ്ങൾ

അങ്ങനെയാണ്
അമ്മയുടെ ഉണ്ണിച്ചെക്കൻ
തിരുമാലിയായ് തെണ്ടിത്തെണ്ടി
നിന്റെ വനിമകളിൽപെട്ടത്.
നിനക്കറിയില്ല
നീയെത്ര പഴയതാണെന്ന്
എത്ര പുതിയതാണെന്നും.
പ്രണയമേ, നീ
എന്നെപ്പെറുന്നതായ്
ഞാൻ കിനാവു കാണുന്നു.
നിന്റെ മുലകുടിച്ചു
ഞാൻ കുഞ്ഞാകുന്നു.
നിന്റെ പൊക്കിൾതൊട്ടു
മുറിവുകളറിയുന്നു.
യോനീമുഖങ്ങളിൽ
പ്രയാണങ്ങളുടെ രഹസ്യമറിയുന്നു.

നദിക്കരെ

പ്രിയപ്പെട്ടവളേ,
നിന്നോടൊപ്പം നദിയെ നോക്കിയിരിക്കുമ്പോൾ
പ്രാചീനതയിലേക്കു തുറന്നു വച്ചൊരു വഴി
പതിയെ വെളിപ്പെട്ടു വരുന്നുണ്ട്.
മേലേക്കൊഴുകുംപോലെ
കാറ്റ് കോതിയൊതുക്കുമ്പോൾ
നദി തരളിതമാവുന്നുണ്ട്.
നദിയിലിറങ്ങി നില്ക്കുന്നു,
ചില മനുഷ്യർ നിറങ്ങൾ.
മെല്ലെ മിണ്ടുന്ന ഓളങ്ങൾ.
വെയിൽ,
ജലത്തിന്റെ ആഴത്തിൽ കൊത്തിവയ്ക്കുന്ന-
മേഘ,മാകാശം.
മുളയുടെ മഞ്ഞവർത്തമാനങ്ങൾ.
പൊന്മയുടെ, നീർക്കാക്കയുടെ
സന്തോഷങ്ങൾ.
കാറ്റിന്റെ വെയിൽയുദ്ധങ്ങൾ.
സഞ്ചാരിക്കിളിയുടെ നിഴൽപ്പട്ടം
അങ്ങനെ പലതും.
നിന്നൊടൊത്തിരിക്കുമ്പോൾ
ഇന്നുവരെയില്ലാത്ത സന്തോഷം.

അപ്രാപ്യം

നിഴലേ
നിന്നെപ്പുണരാൻ
അലഞ്ഞലഞ്ഞു ചാവുന്നു
വെയിൽ

രഹസ്യമായി
നിന്നിലലിയാനുമാവുന്നില്ല
വേഷം മാറിവന്ന
നിലാവിനും.

ഡി യേശുദാസ്

ജന്മാന്തരം

ഇരുട്ടു വെളിച്ചത്തെയും
വെളിച്ചം ഇരുട്ടിനെയും
മാറിമാറിപ്പുണരുന്നതിനാൽ
കറുപ്പും വെളുപ്പും
പരസ്പരം കൂപ്പുകുത്തി
നീയും ഞാനുമായി ജനിച്ച്
ഇതാ ഈ പൂവിലിരുന്നിട്ട്
ഇപ്പോൾ പറന്നു പോയതേയുള്ളൂ.